விதானத்துச் சித்திரம்

ரவிசுப்பிரமணியன் (பி. 1963)

கும்பகோணத்தில் பிறந்த ரவிசுப்பிரமணியன் எண்பதுகளின் தொடக்கத்தில் எழுதத் தொடங்கி, கவிதை, சிறுகதை, கட்டுரை எனத் தொடர்ந்து எழுதி வருபவர். இவரது கவிதைத் தொகுதிகளுக்காக, தமிழக அரசுப் பரிசு (1992), திருப்பூர் தமிழ்ச் சங்க விருது (1996), சிற்பி இலக்கிய விருது (2015) போன்ற விருதுகளைப் பெற்றுள்ளார். சாகித்திய அக்காதமியின் ஆலோசனைக் குழு உறுப்பினராக இருந்த இவர், தற்போது சில இலக்கிய விருதுகளின் நடுவர் குழுவிலும் உள்ளார். தமிழின் குறிப்பிடத்தக்க ஆவணப்பட இயக்குநரான இவர், இந்திரா பார்த்தசாரதி, மா. அரங்கநாதன், ஜெயகாந்தன், சேக்கிழார் அடிப்பொடி. டி.என். ராமச்சந்திரன், திருலோக சீதாராம் போன்ற இலக்கிய ஆளுமைகளைப் பற்றிய ஆவணப் படங்களை இயக்கி உள்ளார். இசையின் மீது ஆர்வம் கொண்டு, தமிழில் முப்பதுக்கும் மேற்பட்ட கவிஞர்களின் புதுக்கவிதைகளுக்கு மெட்டமைத்துப் பாடியும் வருகிறார். ஆம்பல் கலை இலக்கிய அறக்கட்டளையின் நிர்வாக அறங்காவலராக இருந்து சில கலை இலக்கியப் பணிகளையும் மேற்கொண்டு வருகிறார்.

அலைபேசி : 994 004 555 7
மின்னஞ்சல் : ravisubramaniyan@gmail.com

விதானத்துச் சித்திரம்

ரவிசுப்பிரமணியன்

போதிவனம்

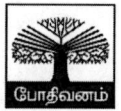

விதானத்துச் சித்திரம்
ஆசிரியர்: ரவிசுப்பிரமணியன் ▪ உரிமை: ஆசிரியருக்கு ▪ முகப்பு மற்றும் உள் ஓவியங்கள்: பாலாஜி ஸ்ரீனிவாசன் ▪ பின்னட்டை புகைப்படம்: அய்யப்பமாதவன் ▪ முதல் பதிப்பு: ஏப்ரல் 2017 ▪ வடிவமைப்பு: ராகாஸ் ▪ வெளியீடு: போதிவனம் பதிப்பகம், அகமது வணிக வளாகம், தரைத் தளம், 12/293, இராயப்பேட்டை நெடுஞ்சாலை, இராயப்பேட்டை, சென்னை 600 014. ▪ தொலைபேசி: 91 - 98414 50437 ▪ மின்னஞ்சல்: bodhivanam@gmail.com ▪ அச்சாக்கம்: அண்ணாமலை பிரிண்டர்ஸ், சென்னை -05.
பக்கங்கள்: 84

Vidhanaththu Chitthiram, Poems, Author : Ravisubramaniyan. © Ravisubramaniyan, Language : Tamil, First Edition, April 2017, Back Wrapper Photo: Iyyappamadhavan, Wrapper Painting & Inner Drawings: Balaji Srinivasan, Size : Demy 1/8 Paper : 18.6 Kg Maplitho, Pages 84. Published By Bodhivanam Publications, Ahmed Complex, Ground floor, 12/293, Royapettah High Road, Royapettah, Chennai-600 014. India. Phone : 91 – 98414 50437, Email: bodhivanam@gmail.com, Printed at Annamalai Printers, Chennai 600 005.

ISBN : 978 – 93 – 8069 – 046 -9

விலை: ரூ. 110

முனைவர் மு. செல்வசேகரனுக்கு

பொருளடக்கம்

இசையும் உறவும் சஞ்சரிக்கிற பிரகார வெளி	11
விரஜை நதிக்கும் வைத்தரணி நதிக்கும் நடுவே...	17
நான் அன்றி...	21
நாம் ஏன் அவனை அப்படி ஆக்கினோம்	22
மலருதிர் மகிழ மரம் நீ	24
கிரஹ சுழற்சி	25
உமக்குத் துப்பாக்கி ஒரு கேடா	26
நடை சார்த்திய பின்னும் தொடரும் அர்ச்சனைகள்	28
விதானத்துச் சித்திரம்	29
பாவனை	30
வீம்பு நொறுங்கிய தெரு முனை	31
தாட்சாயணிக்குத் தட்சன் சொல்வது	32
பிரஹார வெளி	34
நீ செய்த மழை	36
கேயாஸ் தியரி	37
ஆவதென்ன சொல்	38
வற்றித் தொலைக்காத ஞாபக நதி	40
இனி நீங்கள் தொடரலாம்	41
தழல் தணியா மேனி	42
மற்றுமொரு அழுகை	44
திரும்பி வந்த ஒற்றைச் சொல்	45
முகநூலில் நெடுநாளாய் நிலைத்தகவல் போடாத திரு. கிருஷ்ணனுக்கு ஒரு பிராது	46

மோகம் விம்முறும் ஆழம்	48
அவ்வளவுதான் எல்லாம்	49
முதல் தகவல் அறிக்கை	50
இரைச்சலாகும் மௌனம்	52
மேலும் ஒரு	53
அப்படித்தானே அமிர்தா	54
வண்டி ஓட்டும் சிறுவன்	56
விசும்பலின் நீலம்	57
நாவலுக்குள் பதுங்குவது நல்லது	58
நார் மிதக்கும் நீர் பாத்திரம்	60
இசை	61
ஆதியில் வால் பிற்பாடு வாள்	62
கமகம்	64
இருண்டு ஒளிரும் தருணம்	65
குழலின் துளையில் மறையும் சூரியன்	66
கருணை	67
மகாராஜா	68
உள்ளங்கையில் படரும் கசப்பின் ரேகைகள்	70
ஒரு பள்ளிக்கூடம்	71
தாமதித்த அருட்கொடை	72
தொடரும் விளையாட்டு	74
மாண்புமிகு	75
வால் முளைத்த அன்பு	78
இலையளவு இடைவெளி	79
அட்டை ஓவியக்குறிப்பு: காலம் தன்னைத்தானே விழுங்கும் யாளி	80
உள் ஓவியங்கள் பற்றி...	82

இசையும் உறவும் சஞ்சரிக்கிற பிரகார வெளி

'மறைந்த கோவில் வெங்கலத் தேரையும், கோட்டைப் பாதாளச் சுரங்க வழிகளையும் பராபரிச் செய்திகளென இவன் கேட்டிருக்கிறான்' என்ற மௌனியின் 'மனக்கோட்டை' வரிகள் மனதில் ஊர்கின்றன, ரவிசுப்பிரமணியனின் கவிதை உலகில் நுழையும்போது. கேள்வி மாத்திரமாக அல்லாமல் காட்சியாகவே, இசையும் இருளும் முயங்கும் பிரகார வெளிகள் விரிந்து கிடக்கின்றன அவர் கவிதைகளில். 'பிரகாரம் மறந்த நாயனங்கள் / மூலவர் மீதும் தூசிவலை' என்கிறது அவரது முன் தொகுதிக் கவிதை வரி. காலத்தில் சிதைவுறும் விதானச் சித்திரமும், வாய் பிளக்கும் மௌன யாளியும், அசையும் திரிகளின் விசும்பல் நீலமும், பாதாளச் சுரங்க வழி உறவுகளும், கவிதையைக் காலத்தின் கழிவுக்கும் நிகழுக்கும் இடையே கொண்டு வந்து நிறுத்துகின்றன. இந்த

வெளி ரவிசுப்பிரமணியனின் கவிதை வெளி. சில தருணங்களில் இருள் விலகும் வெளி. அப்பொழுது,

'நாதஸ்வரத்தில் மிதந்துவரும் / ரசாளி ராகக் குழைவோடு' உஷை பரிசளிக்கப்படுகிறாள் அவரது கவிதையில்.

'மோகமுள்' ரங்கண்ணாவுக்குப் போல, உலகமே ஒரு இசையின் ஊடும் பாவுமாக இழைந்து ஒலிக்கிறது ரவிக்கு. 'குழலின் துளையில் மறையும் சூரியன்' கவிதை முழுவதும் விரவியிருக்கும் குளிர்மை, இசை பற்றிய ஞானம் இல்லாத வாசகனுக்கும் எளிதாகக் கடத்தப்படுகிறது.

'சாரலிலே அசைந்தாடும் ஜீவ ஸ்வரங்கள்
ஏறுநிரல் பாதைகளில் ஊதல் காற்று
இறங்கு நிரல் வழியெங்கும் கணுக்கால் வெள்ளம்
மந்த்ரத்தில் நிற்கையிலே குளிரின் விதிர்ப்பு
குழலின் துளைகளிலே மழைநாள் சூரியனை
மறைத்தும் விடுத்தும் விளையாடும்
பிரெய்லி விரல்கள்'

இயல்பாகத் திரண்டுவரும் இந்தக் கவிதையில் பார்வையற்றவரின் குழலிசை வெள்ளம், சூரியனை மறைத்தும் விடுத்தும் விளையாடியவாறு நாதக் கடலில் கலந்துவிடுகிறது. புலன் வழியிலான இசை அனுபவம், ஒரு புள்ளியில் உயிர் அனுபவமாய் உருமாற்றம் கொள்கிறது. 'நெடுமால் ஊதி வருகிற / குழலின் தொளை வாய் நீர் கொண்டு / குளிர முகத்துத் தடவீரே' என்ற ஆண்டாள் கவிதை, இசையைத் தாண்டிய உறவுக்குத் தாவிச் சென்று விடுகிறது. இங்கு கவிதை இசைக்குள் நின்று அண்டம் அளாவிய உறவைச் சொல்லி விடுகிறது, எளிய சொற்களில். 'விளையாடும் பிரெய்லி விரல்கள்' என்ற

படிமம், கவிதைக்கு உன்னதமானதும், கிறக்கத்தையும் வியப்பையும் தாண்டியதும் ஆன ஒரு மாயத்தன்மையைப் பூசிவிடுகிறது.

மாறிவரும் இசைப்பின்னல் போல, மனித உறவின் இழைச் சிடுக்குகளும் ரவியின் கவிதை உலகின் அங்கம்தான். நிலமெங்கும் உருண்டலையும் நெகிழிப்பை ஆகவும், திரும்பிவரும் ஒற்றைச் சொல் ஆகவும் அல்லாடும் உறவை உருவகிப்பவர், இளமையின் களிப்பு நிலை உறவையும் பதிவு செய்யத் தவறுவதில்லை.

'பொறாமை தவிர்த்து
காதலர்களைக் கவனிக்கக்
கற்றுக் கொண்டுவிட்டேன்
லென்ஸின் கீழே
வீட்டு ஈக்கள் உரசிக்கொள்வதையோ
முத்தமிட்டுக்கொள்வதையோ
அவதானிப்பது போல'

என்ற ஏ.கே. ராமானுஜனின் கவிதை இளமையை விலகியிருந்து பார்க்கும்போது, ரவியின் 'இனி நீங்கள் தொடரலாம்', 'இருண்டு ஒளிரும் கணங்கள்' போன்ற கவிதைகள் இளமையின் கட்டுக்கடங்காத திமிறலை விலகியும், இணைந்தும் ரசிக்கின்றன.

'எதிர்பாராத தருணங்களில்
அவர்கள் முத்தமிட்டுப் பிரிகையில்
பூங்கா சில கணங்கள் இருண்டு பின் ஒளிரும்
சரேலென நீங்கள் உங்கள் பருவத்தின் வாசலுக்குச்
சென்று திரும்புவீர்கள்'

என்ற 'இருண்டு ஒளிரும் தருணம்' கவிதை வரிகள் அவதானிப்பின் மீது பரிவைப் போர்த்துகின்றன. இருண்டு ஒளிர்வதாக அமைவதுதான், தாட்சாயணிக்குத்

தட்சன் சொல்வதாக வரும் கவிதையும். நமக்குத் தெரிய வந்த தொன்மம் மறுதலையாகக் கட்டமைக்கப் படுகிறது, இந்தக் கவிதையில். தட்சப் பிரஜாபதிக்கும் ருத்திரனுக்கும் இடையே ஆன உறவு, மாமன் - மருமகன் என்ற நிலைக்கு அப்பால், அகங்காரமும் சினமும் பொங்கிவரும் அக்கினிக் குழம்பாகவே சிவ புராணத்தில் பெருகிச் செல்கிறது. 'தக்கனது பெரு வேள்வி தகர்த்தான்' என்றும் 'தக்கனது பெருவேள்வி கெடச் சாடினான்' என்றும் வருகிற திருநாவுக்கரசரின் திருத்தாண்டக வரிகள் வன்மம் நிறைந்த ஒரு உறவையே நம் முன் விரிக்கின்றன. தட்சனுடைய யாகத்தில் சிவனுக்கு இல்லாத அவிர் பாகமும், தாட்சாயணி அடைந்த அவமானமும், அவளை யாகக் குண்டத்தில் தன்னுடைய தேகத்தை விடுக்கும் அளவு துரத்தி விடுகின்றன. சிவனுடைய சினத்திலிருந்து உற்பவித்த வீரபத்திரன் தட்சனுடைய தலையைத் துண்டித்த தோடு நில்லாமல், தேவர்கள் அனைவரையும் கடுமை யாக இம்சிக்கிறான். வன்முறையால் கட்டமைக்கப் பட்ட இந்தத் தொன்மப் பின்னணியை மறுத்து எழுது கிறது, ரவிசுப்பிரமணியனின் கவிதை. சிவனுடைய குண முரண்களில் மறைந்திருக்கும் இசைவைத் தாட்சாயணிக்கு மெல்லிய குரலில் தட்சன் உணர்த்து வதாக அமையும் கவிதை, தொன்மத்துக்கு எதிர்த் திசையில் பயணிக்கிறது. சிவனுடைய விலகலில் இருக்கும் அண்மையும், அண்மையில் இருக்கும் தொலைவும் தட்சனால் உணர்த்தப்படுகிறது. நிலத் திலிருந்து ஆகாயத்தை நேசிப்பவனாக சிவன் தட்சன் முன் எழுகிறான். 'முகம் தெரியாத அதிதி ஆனாலும் சுணக்கம் கொள்ளாதே' என்ற அறிவுரை அனைத்துப் பேரிலும், தட்சனுடைய வன்ம உதடுகளிலிருந்தே உதிர்கிறது. தொன்மத்தின் மூலப் படிமம், கவிஞனால் பதிவு உருவப் படிவம் ஆக வேறு வகையில் வார்க்கப் படுகிறது.

'மற்றுமொரு அழுகை' யில் கவிதை ஆகாமல் தடுமாறும் கணம், 'ஒரு பள்ளிக்கூடம்' கவிதையில் எளிமையாகக் கூடி வந்திருக்கிறது. 'இலையளவு இடைவெளி' என்ற தலைப்பே அந்தச் சிறிய கவிதைக்குக் கூடுதலான பரிமாணத்தைச் சேர்ப்பதாக அமைகிறது.

'முகநூலில் நெடுநாள் நிலைத்தகவல் போடாத திரு. கிருஷ்ணனுக்கு ஒரு பிராது' கவிதை, அதன் முகப்பிலுள்ள நம்மாழ்வாரின் பெரிய திருவந்தாதி வரிகளின் காரணமாக, நவீனத்தையும் தாண்டிய எல்லைக்குச் சென்று விடுகிறது. இறந்த காலத்தால் நெறிப்படுத்தப்படும் நிகழ்காலமும், நிகழால் பாதிக்கப்படும் கடந்த காலமும் படைப்புகளின் ஒழுங்கு வரிசையை மாற்றிக்கொண்டே இருப்பதாக டி.எஸ். எலியட் குறிப்பிடுவது நினைவுக்கு வருகிறது. அந்த வகையில் 'முகநூலில்', கவிதை, காலம் தாண்டுதலை இயல்பாகச் சாதித்திருக்கிறது. அது போலவே கை விலங்கை மூடியிருக்கும் கச்சேரியில் போர்த்திய துண்டும், ஞாபகநதியில் மிதக்கும் குறைமாத சிசு கலைந்த உதிரக் கவுச்சியும் அவற்றின் எதிர்பாராத எதிர்கொள்ளலில் வாசக மனத்தில் பதிந்துவிடுகின்றன. 'ஒரு வகையில் செப்பிடு வித்தை போல, படித்த சொல்லின் பொருள் ஒன்று கணத்தில் மாயமாகி, அதே சொல்லில் வேறொன்று ஒன்றும் தெரியாதது போல அமர்ந்திருக்கிறது' என்று அபியின் அரூபக் கவிதை குறித்து ரவி எழுதியிருப்பது, அவருடைய உருவப் பிரக்ஞை உள்ள சில கவிதைகளுக்கும் பொருந்தும் என்றே தோன்றுகிறது.

ரவிசுப்பிரமணியனின் 'காலாதீத இடைவெளியில்' கவிதைத் தொகுப்பை முன் வைத்துப் பேசும்போது, 'அதிராத குரலில், ஒரு அடர்ந்த தனிமையில் பயணப்

படுகின்றன ரவியின் கவிதைகள்' என்று குறிப்பிடு கிறார் லதா ராமகிருஷ்ணன். அதிராத ரவியின் குரல் இசையின் ஆழத்தை, உறவின் புதிர்த்தன்மையை அளந்து பார்க்கிறது. அவரது அடர்ந்த தனிமை, கசப்பின் மிடறை விழுங்கியபோதிலும், வெறுப்பை யோ தன்னிரக்கத்தையோ சுமக்காமல் பயணிக்கிறது.

ந. ஜயபாஸ்கரன்

விரஜை நதிக்கும் வைத்தரணி நதிக்கும் நடுவே...

கும்பகோணம் நாகேஸ்வரன் கோவில் எதிரே உள்ள கீழவீதியில் பிறந்து வளர்ந்தவன் நான். என் பால்யத்தின் பெரும் பகுதி அந்தக் கோவிலிலும் அதன் திருவிழாக்களிலும் உறைந்திருக்கிறது. அவைதான் வேறு வேறு ரூபங்களில் நினைவுச் சுரங்கத்திலிருந்து படிமங்களாக மேலெழும்பி வருகின்றன. கோவில் சார்ந்த சித்திரங்களும் இசை அனுபவம் சார்ந்த கவிதைகளும் இதில் கூடி வர அதுவே காரணம்.

கோவிலைப் பிரார்த்தனை ஸ்தலமாக ஒற்றைப் பார்வையுடன் அணுகுபவனுக்கும் கலை கலாசாரப் பண்பாட்டுப் பின்புல நுண்ணுணர்வுகளோடு அதனை அறிய முயலும் ஒருவனுக்கும் உள்ள புரிதல் எவ்வளவு பார தூரமானது.

கடவுள் நம்பிக்கை இருக்கிறதோ இல்லையோ கடவுள் பெயரால் உருவாக்கப்பட்ட தமிழனின் கலைப் பொக்கிஷங்களைக் கலாசார விழாக்களை நாம் இழந்து ஒரு வெறுமையை உணர்கிறோம். அந்தப் பாரம்பரிய இழப்பின் வருத்தமே தொகுப்பில் இடம் பெறும் தஞ்சை மாவட்டக் கூத்து மரபு சார்ந்த ஓவியங்கள்.

ஐந்தாண்டு காலம் இசை பயின்றதன் விளைவாக ராகங்களை ஓரளவு கண்டுபிடிக்கவும் சில கவிதை களுக்கு மெட்டமைக்கவும் வசப்பட்டது. இந்தப் பின்னணியில்தான் இசை அனுபவம் சார்ந்த சில கவிதைகளும் இதில் உள்ளன. அதைத்தவிர, அக உணர்ச்சி கவிதைகள் இடம் பெறுவது அனுபவத்தின் சாரத் தீற்றல்களே.

கடந்த பத்தாண்டுகளுக்குப் பிறகு வெளிவரும் எனது ஐந்தாவது கவிதைத் தொகுதி இது. அடிக்கடி கவிதை எழுதுகிற ரகம் இல்லை நான். நிகழும் பிரச்சனைகளுக்காகக் கவிதையில் உடனடி எதிர் வினை புரிபவனும் இல்லை. அப்படி எதிர்வினை புரிவது சரி தவறு என்ற வாதத்திற்குள் நான் செல்ல வில்லை. அவை சில சமயங்களில் அபூர்வமான கவிதைகளைக் கொண்டுவந்து தருகின்றன. பல சமயங்களில் உள்ளீடற்ற வெற்று கோஷங்களாகவும் ஆகிவிடுகின்றன.

குறிப்பிட்ட அரசியல் கட்சியைச் சார்ந்தவன் இல்லையென்றாலும் எனக்கென்று சில அரசியல் பார்வைகள் உண்டு. அதைப் பேசுபவையே என் அரசியல் கவிதைகள். முன்னெப்போதைவிடவும் மலினமாகியுள்ள அரசியல் சூழல் எல்லோரையும் போல என்னையும் பாதிக்கவே செய்கிறது. அரசியல்

இன்றி ஒன்றுமே இல்லைதான். விரும்பினாலும் விரும்பாவிட்டாலும் அது ஒரு நிழல் போல நம்மைப் பின் தொடரவே செய்கிறது. கட்சி அரசியலின்றி இருப்பதும் ஒருவித அரசியலாகப் பார்க்கப்படுகிறது. அரசியல் மட்டுமின்றி சுற்றுச்சூழல், வேளாண்மை நசிவு, நீர் மேலாண்மை போன்றவை குறித்த எதிர்காலம் நம்மைத் திகிலடைய வைக்கின்றன. அவை சார்ந்த சில கவிதைகளும் இந்தத் தொகுப்பில் இடம் பெறுகின்றன.

இந்தத் தொகுப்பினைப் படித்து விரிவான அபிப்ராயங்களைப் பகிர்ந்துகொண்ட வெளி ரங்க ராஜன், முன்னுரை தந்த ந. ஜயபாஸ்கரன், பின்னட்டைக் குறிப்புகள் எழுதிய தம்பி லிபி ஆரண்யா, அர்த்தமும் அழகும் ததும்பும் ஓவியங்களை வரைந்து தந்த பாலாஜி ஸ்ரீனிவாசன், அவரை எனக்கு ஆற்றுப் படுத்திய ஷங்கர்ராமசுப்ரமணியன், வடிவமைப்பை உருவாக்கித் தந்த கருணா பிரசாத், நூலை வெளியிடும் போதிவனம் பதிப்பகம் ஆகியோருக்கும் என் நன்றி.

ரவிசுப்பிரமணியன்

நான் அன்றி...

எதைக் கொடுக்கவெனத் தேடி
கடைசியில் முடிவு செய்தேன்

பார்த்தாலும் உணர்ந்திருக்க மாட்டாய்
அதன் துயிலெழும் கீதங்களை
நீ கேட்டிருக்க வாய்ப்பே இல்லை

சோர்வையெல்லாம் உறிஞ்சிப் புதிதாக்கும்
புள்ளினமும் வரவேற்கும்

கோடையிலும் சில்லிப்பைப் படரவிடும்
பொழுது அது

இரவுக்கு முகமன் சொல்லி
மௌனமாய்த் துவங்கும் உஷையில்தான்
மொக்குகளும் பூக்கப் பிரியங் கொள்ளும்

கையில் ஏதும் காணாது திகைக்காதே
நாதஸ்வரத்தில் மிதந்து வரும்
ரசாளி ராகக் குழைவோடு
இந்த உஷையை உனக்குப்
பிறந்த நாள் பரிசாய்த் தருகிறேன்

உன் வயது நல்வரவாகட்டும்
ஒளி கலந்த இவ்வெளியை உனக்கு
நானன்றி யார் தருவார் அமிர்தா

நாம் ஏன் அவனை அப்படி ஆக்கினோம்

சவரம் செய்யாத முகத்தையும் மீறித்தெரிகிறது
இசை களை

பேருந்தில் முன்னால் ஏறிய ஒருவன்
"கச்சேரிக்கா மாமா" என்றான்

சுரத்தில்லா முறுவல் கண்டு குழம்பியவன்
அப்போதுதான் கவனிக்கிறான்
அவனருகில் அமர்ந்திருக்கும்
ஏழுநூற்று நாற்பத்து இரண்டை

முன்னூற்று ஐந்துக்கும் ஆச்சர்யம் தான்
ஒரு மோர்சிங் கலைஞனால்
எப்படிக் கொலை செய்ய முடியுமென்று

ஒரு கான்ஸ்டபிளுக்கு
அச் செயலின் பின் இருக்கும்
நீள அகலத்தை உணர சாத்தியமில்லை

கச்சேரியில் போர்த்திய துண்டு
கைவிலங்கை மூடியிருக்கிறது

விலங்கிட்டிருந்தாலும்
விடுதலையான உணர்வில் இருக்கிறது
அவன் முகம்

கடும் நெரிசலில்
குழந்தையோடு நிற்கிறாள் அவள்
குழந்தையை வாங்க முடியாத கணத்தில் தான்
காணச் சகிக்கவில்லை அவன் முகம்

ஆனாலும் தாய் அறியாது
குழந்தையின் விரல்கள் இழுத்த
துண்டின் நூல்களில் சேகரமாயிருந்தது
அவனின் சில இரவுகளுக்கான
நினைவுகள்

மனுநீதி சோழன் நாடகம்

மலருதிர் மகிழ மரம் நீ

காவிரி வெண்பரல் மணலில்
காத்திருக்கிறேன்

பொழுதை எவ்வளவு தள்ளியும்
நகர்வதாயில்லை

குளிரும் வெய்யிலும் முயங்கும்
பொழுது அது

பிடியைத் தவறவிட்ட முல்லைக்கொடி
காற்றில் தவிக்கிறது

பத்து புறாக்கள்
ஏழு காகங்கள்
ஒரு குயில்
நான்கு நாய்கள்
எல்லாம் கணக்காயிருக்கிறது

கரையோரத்தில் எங்கோ
உடுக்கை ஒலித்துக் கொண்டிருக்கிறது

அளைதல், அணுக்கம்,
சார்தல், அவிதல்,
இயைபு, இச்சை,
மேவல், விழைவு,
வெஃகல், வேட்கையென
பிரியத்தின் பிறபெயர்களை எல்லாம்
கொல்லென்று பூத்திருக்கும்
மகிழமரத்தின் பூக்களுக்குச்
சூட்டிகொண்டிருக்கிறேன்

வேகம் கூட்டும் காற்றை நிறுத்தி
ஏனிந்த மரம்
என் மேல் இப்படிச் சொரிகிறது அமிர்தா

கிரஹ சுழற்சி

இன்றுதான் இந்த ஸ்தலம் நோக்கி வந்துள்ளாய்
கிரஹ சுழற்சியின் பரிகார நிவர்த்திக்காய்
குளமிறங்கி மூழ்குகிறாய்

குளத்து நீர் ஸ்படிக நன்னீராய் மாறுகிறது
மேனியழகைப் பருகிய மீன்கள்
எம்பித் துள்ளிக் குதூகலிக்கின்றன
மென்முலைகள் தளும்பக் கண்டு
சூரியனும் இளம் பதத்திற்கு மாறுகிறான்

ஈர அடியைக் கரையில் வைக்க
மண்ணெல்லாம் புல்லாகிச் சிரிக்கிறது

மதில் சுவரின் கல்கிளிகள்
பார்வையால் விமோசனம் பெற்றுப் பறக்கின்றன

பாதம் பட்டு சாபம் நீங்கும் கல்லென
பாதையில் கிடக்கிறேன்

வருகிறாய்
இன்னும் சில அடிகள் தான்
நெருங்கிவிட்டாய்

பட்டுவிடும் தூரத்தில் வரும் போதுதான்
கருணையற்ற கடவுள்
உன் கால்களை வேறு திசையில் இழுத்துவிட்டான்

உமக்குத் துப்பாக்கி ஒரு கேடா

கொன்றாலும்
தண்டனைகள் ஏதுமில்லா சலுகையோடு
உங்கள் எதிரிகளை மட்டும் கொல்ல
புத்தம் புதிய துப்பாக்கியும்
ரவைகளும் தரப்படுகின்றன

வஞ்சத்தில் ஊறிய பட்டியலைத்
தயார் செய்கிறீர்கள்
சிலருக்கு அதில் பாவமன்னிப்பு தருகிறீர்கள்
சிலருக்குச் சொற்ப தண்டனை வழங்குகிறீர்கள்

கோபத்தின் அளவுக்கேற்ப
நிரல் படுத்துகிறீர்கள்
கிரமம் மாறி மாறி வருகிறது

நிரப்பப்பட்ட துப்பாக்கியை எடுக்கிறீர்கள்
எதிரிகள் இல்லா உலகத்திலிருந்து
தென்றல் வருவதாய்க் கற்பனை செய்கிறீர்கள்

உங்கள் சிகை கலைய
சட்டை படபடக்க
காற்று வேகம் கொள்கிறது

என்ன நினைத்தீர்களோ
துப்பாக்கியைச் சட்டென
உங்கள் பக்கம் திருப்புகிறீர்கள்

ம்கூம்... அதற்கும் தைரியமில்லை

ரவிசுப்பிரமணியன் 27

அமுது படையல் நாடகம் - 1

நடை சார்த்திய பின்னும் தொடரும் அர்ச்சனைகள்

பளபளவெனத் துடைத்து
நறுவிசாய் நீவி
சுகந்தம் கமழ ஒரு பொழுதை நீட்டுவேன்
கடந்தகால நிகழ்வுகளை வீசி எறிந்து
அதை நொறுக்குவாய்
மூடிக் கிடக்கும் கதவுகளைத் திறந்து தூற்றுவதில்
அப்படி என்ன ஆனந்தம்

விதானத்துச் சித்திரம்

எல்லாம் அறிந்த எம்பெருமான் சந்நிதி
பூட்டிக்கிடக்கிறது

லேசான தூறல்
மதியத்தில் மெல்லிருட்டு
ஊதல் காற்று

பூனைகளும் உற்சவ வாகனங்களும் வவ்வால்களும்
தவிர
யாருமில்லை

ராகத்தின் வனமெங்கும் மனப்போக்கில் திரிந்து
வாசிப்பில் இழைகிறான் நாதஸ்வரக் கலைஞன்

பிரகாரமெங்கும் ஸ்வரங்களின் சஞ்சாரம்
சட்டெனத் திறந்து வானம் அனுப்பும் ஒளிக்கற்றை
ஆலாபனையோடு அலைகிறது

காலத்தில் சிதைவுறும் விதானத்துச் சித்திரம்
இருப்பதுவும்
இதே சந்நிதியில்தான்

பாவனை

பூங்கொத்துக்குத் தெரியாது
அவமானம்
பொன்னாடை அறியாது
சிறுமை
புகழுக்குத் தெரியாது
சுடு சொல்
பரிசுகள் அறியாது
பின்னணிகள்

தகுதியாலும்
அன்பின் மிகுதியாலும்
தருபவனாய்த் தோன்ற வைக்கிறாய்

பார்வைக்கு அறியா தளத்தில் அவனும்
தோற்றம் மட்டுமே உணர்ந்த பாவனையில் நீயுமாய்
நாடகமாடுகிறீர்கள்

வீம்பு நொறுங்கிய தெரு முனை

அலட்சியமாய்க் கடந்து சென்ற வீம்பு
தெரு முனைக்குச் சென்ற பின்பு
பார்க்காத கணமென நினைத்துத்
திரும்பிப் பார்த்துவிட்டது

கணம் பிசகிய வெட்கம்
உதடு கடித்துக் கண்மூடுகிறது

இங்கோ
தரையிலிருந்து எம்பி
துள்ளிக் குதித்தோடுகிறது
ஓர் ஆட்டுக்குட்டி

தாட்சாயணிக்குத் தட்சன் சொல்வது

புலன்களுக்கு அகப்படாத
ஸ்தூலமான பிறவி
அவன்

உணர்வுகள் நிகழ்த்தும் ஸ்பரிசங்களை
முரட்டு அழுத்தத்தால் சொல்ல இயலாது
புரிதலின்றி உன்னியல்பில்
திரிபு கொள்ளாதே மகளே

வீட்டுக்கு வருபவர்கள்
வெய்யிலின் உக்கிரத்தில் அலைந்தோ
மழையில் நனைந்தபடியோ வந்திருக்கலாம்
பயணக் களைப்பில் இருக்கலாம்
முகவரியை விசாரிக்க அலைந்திருக்கலாம்

அவன்
நல்ல தந்தை இல்லையென்றும்
நல்ல கணவன் இல்லையென்றும்
வந்தவர்களிடம் சொல்லாதே

நேசிப்பை அதிகப்படுத்தத்தான்
விலகிச் செல்கிறான்

சொற்களை விடவும்
உயர்ந்தது செயலென்றே
மௌனித்திருக்கிறான்

மன அவசம் கொள்ளாது
தெளிவு கொள்

அவனின் பிரியங்களில் திளைத்தபடியோ
பாடிய குரலின் ஞாபகத்திலோ
உரையாடலின் தொடர்ச்சியாகவோ
குழந்தைகளுக்கென
சிறு பழம் ஒன்றை வாங்கிவரும்
நினைவின்றியோ கூட யாரும் வரலாம்

வசிப்பிடம் இது
ஆனால் வீடு இல்லையென
அவன் ஏன் உணர்ந்தானென யோசி

அவன் விலகலின் அண்மையை
அண்மையின் தூரத்தை
எப்படிச் சொல்வேன் மகளே உனக்கு

சமூகத்தை நேசிப்பவன்
கலைகளைக் கொண்டாடுபவன் என
அவர்கள் நினைவிலிருக்கும் சித்திரத்தைக் கலைத்து
சம்பாதிக்கத் தெரியாதவன்
பூர்வ சொத்தைத் தவறவிட்டவன்
கோபக்காரன் என்றெல்லாம் சொல்லிப் புலம்பாதே

மண்ணில் மழையாய்க் குழைபவன் அல்ல அவன்
நிலத்திலிருந்தபடி ஆகாயம் நேசிப்பவன்

முகம் தெரியா அதிதி ஆயினும்
சுணக்கம் கொள்ளாதே

ஆசுவாசம் கொள்ள
நாற்காலி கொடு
நம்மிடமிருக்கும் அவல் பொரியில்
ஒரு கைப்பிடி கொடு
தண்ணீர் கொடு

மலர்ந்த முகத்தோடு
சில வார்த்தைகளேனும்
பேசி அனுப்பு

ஒரு வேளை
துயரென நீ நினைக்கும்
கவலைகளைத் தீர்க்கும்
தேவதூதன் யாரேனும் கூட
மாற்று ரூபத்தில் வரக்கூடும் மகளே

பிரஹார வெளி

பைரவியில் மிதந்திருந்த நாதவெளி மறைந்து
கோவில் மணி முழங்கும்
இயந்திரத்தில் டபடபக்கும் முரசோசை
அற்புதப் பொற்பாதச் சந்நிதியில் செருமும்
பிரார்த்தனைகள்
கற்பூரச் சுடர் பார்த்து அசமடங்கும்

நெற்றியதில் பிரசாதம்
கூந்தலிலே ஆறுதல் பூ
காதருகில் தேவாரம்

பாம்புக்குப் பாலூற்றிப்
பசு மடத்தில் கீரை தந்து
எதிர்ப்படும் குரங்குக்கும் பழம் கொடுப்பாய்

அவசங்கள் மறைந்துவிட்ட
பிரஹார வெளியதிலே
ஆசுவாசக் காற்றடிக்கும்

மதில் சுவரைப் பிளந்து நிற்கும்
ஆல மர வேர்கள் பார்க்க
மறுபடியும் மனசுக்குள் ஏதோ செய்யும்

அமுது படையல் நாடகம் - 2

நீ செய்த மழை

மௌனம் கெடாமல்
உதிர்ந்து கொண்டிருக்கின்றன
வேப்பம் பழங்கள்

கழுத்தை வளைத்து
வயிறெக்கக் கரைகின்றன காகங்கள்

திண்ணையோரப் படி வளைவின் கீழ் நின்று
வால் சுழற்றிப் பார்வையிட்டு
வாய்பிளந்து சோம்பல் முறித்து
மெல்ல பக்கவாட்டில் கால்கள் நீட்டி
அசதியில் கண் மூடுகிறது
கர்ப்பிணிப் பூனை
சன்னமாய் வயிறு ஏறி இறங்க

பறந்து அமர்ந்து பறந்து
விடாமல் கத்துகின்றன மைனாக்கள்

கொய்யாப் பூவைச் சுற்றி அலைகின்றன
வண்டுகள்

வால்தூக்கி ஓடிவரும் அணிலும் பரபரக்கிறது
கிளைகள் அசைய

கொளுத்தும் இவ்வெயிலை
ஏகாந்தமாக்கி
நினைவின் கூரை தடதடக்கிறது
எப்போதோ நீ நிகழ்த்திய கோடை மழை

கேயாஸ் தியரி

யானையின் துதிக்கை
நீருக்காய் நீள்கிறது
வனம் தாண்டி

ராட்சஸ உறிஞ்சிகளின் கரிசனத்தில்
வீடெங்கும் உருள்கின்றன
பிளாஸ்டிக் உருளைகள்
முதலாளிகளுக்காகவே
கட்சி நடத்துகிறார்கள்
தலைவர்கள்
எல்லாக் கொலைகளையும்
எல்லாக் கொள்ளைகளையும்
எல்லாக் கயவாளித்தனங்களையும்
விளம்பர இடைவேளைகளில் மறந்து
புதிய செய்திக்காய்க் காத்திருக்கிறோம்

ஜனநாயக எடுபிடிகளின்
உப உரைகளைச் சகிக்க முடியவில்லை
எல்லோரும் கும்பிடுகிறார்கள்
கரங்களுக்குள் குறுவாள்கள்

தட்டாரப் பூச்சிகளோடும்
சிட்டுக்குருவிகளோடும்
உடனிருந்த நாளெல்லாம் களவு போனது

உப்புக்கரித்துப் பெய்கிறது
மழையும்

கருணையற்ற காலமிதில்
ஒரு தலைவனின் வருகை கூட
இன்னும் நிகழவே இல்லை

ஆவதென்ன சொல்

மலரின் இருப்பு மணத்தைச் சொல்லுகையில்
மரத்தின் அசைவு காற்றைச் சொல்லுகையில்
பறவையின் பாடல் இசையைச் சொல்லுகையில்
வாலின் அசைவு வாஞ்சையைச் சொல்லுகையில்
சொல்லால் ஆவதென்ன சொல் அமிர்தா

மதுரைவீரன் கூத்து - 1

வற்றித் தொலைக்காத ஞாபக நதி

புராதன நம்பிக்கை கோபுரங்கள் நிறைந்த
திருக்கோவில் உள் வெளியில்
வலி நிறைந்த நாயன ஒலியில்
சர விளக்கோரம் கட்டியிருந்த தோரண மலர்கள்
காய்ந்த பொழுதில்
சடசடக்கும் புறாக்கள் பறக்க
மௌன யாளி வாய் பிளக்க
ரெண்டொரு சொற்களில்
உறவைக் கையமர்த்தி ஏகினாய்

என் ஏழ்மையின் வரிகள் பரிவட்டம் கட்டித்திரிந்த
துவக்க நாளிலிருந்து பெருக்கெடுக்கும்
ஞாபக நதியில்
இப்போது மிதக்கிறது குறை மாத சிசு கலைந்த
உதிரக்கவுச்சி

இனி நீங்கள் தொடரலாம்

சில இளம் பெண்கள் மற்றும் சில
இளைஞர்களுடன்

மலை உச்சியை நோக்கிப் போய்க்கொண்டிருக்கிறது
அந்த வேன்

இளமையின் உற்சாகம்தான்
வண்டியை மேலேற்றுகிறது
பாடல்களும் கைத்தட்டல்களும் விசில்களும்
ஜன்னல் வழியே தெறித்து விழுகின்றன

மலைப்பாதையெங்கும் நிழல் ஊட்டும் மரங்கள்
வெய்யிலும் காய்கிறது சோம்பலாய்

பறவைகளின் பாடல்
மிருகங்களின் தரிசனம்
சில்லிடும் அருவியின் சாரல்

எதிர்ப்படும் அபாயகரமான வளைவுகள்
ஒருவரோடு ஒருவர் சாய்கையில்
பக்கத்தில் வருகிறது மலை

சடசடவென மழையடிக்கிறது
ஜன்னல்களைச் சார்த்துகிறார்கள்

குளிர் தாளாத ஜோடிகள்
உதடுகளைக் குவித்தபோதுதான்
உச்சி மலைக்கு வேன் வந்திருக்க வேண்டும்

இனி
இந்த உயரத்திலிருந்து
நீங்கள் தொடரலாம்

தழல் தணியா மேனி

மனக்காட்டில் வனப்பசைய சயனம் போகும்
மோகத்தின் கிரணமதில் இரவொளிரும்

இளநுங்கு முத்தத்தில் அமுதம் தளும்ப
கருத்த முலைக் காம்பில் நிமிரும் காமம்

அடவுகளின் மாயத்தில் சுவாசம் சீற
ஜதிகளதன் சொல்கட்டில் யாழ் அதிரும்

வழங்கிப்பெறும் தானமதில் வெள்ளம் குழைய
தழல் தணிந்த மேனியதில் சாம்பல் பூக்கும்

கள்ளப் புரவியது இரவில் ஏக
புலரியிலே கண்விழிப்பாள் நித்தியகன்னி

காமன் கூத்து

மற்றுமொரு அழுகை

அன்றைக்குத்தான் வந்திருக்கிறாள்
அந்த இளம் டீச்சர்
புதிதாய்ப் பள்ளிக்கு வந்த குழந்தைகளின்
அழுகை தாளாது
தானும் அழுகிறாள்

இப்போது
குழந்தைகளின் எண்ணிக்கையில்
ஒன்று கூடிவிட்டது

திரும்பி வந்த ஒற்றைச் சொல்

ஒரு சொல்லை அனுப்பினேன்
மறு சொல்லால் பதிலனுப்பித் துவக்கி வைத்தாய்
சொற்களாலும் சுகித்துக் கிடந்தோம்

பிணக்கு கொண்டோம்
பிரிந்தோம்
சமாதானமானோம்

சிறு இடைவெளிக்குப் பின்
ஒரு சொல்லை அனுப்பி வைத்தேன்
வீம்பாலும் பிடிவாதத்தாலும் திறவாத கதவை
தட்டிச் சலித்து
மறுபடியும் திரும்பிவந்து நிற்கிறது அச் சொல்

புகழ்வோம் பழிப்போம் புகழோம் பழியோம்
இகழ்வோம் மதிப்போம் மதியோம் -
இகழோம் மற்று
எங்கள் மால் செங்கண் மால் சீறல் நீ
தீவினையோம்
எங்கள் மால் கண்டாய் இவை.
— நம்மாழ்வார்.
அதர்வணவேதசாரம்
பெரிய திருவந்தாதி - 2586

**முகநூலில் நெடுநாளாய் நிலைத்தகவல் போடாத
திரு. கிருஷ்ணனுக்கு ஒரு பிராது**

ஏகாதசி கோகுலாஷ்டமி நாட்களில் மட்டுமே
நிலைத்தகவல் போட்டுவிட்டு சயனித்து விடுகிறாய்

உன் 'லைக்' - குகளையும்
அடிக்கடி காண முடிவதில்லை

சகஸ்ரநாமங்களையும்
பாசுரங்களையும் கேட்டு
இன்னும் எத்தனை நாள்தான் கிறங்கிக் கிடக்க
உத்தேசம்

அந்த லக்ஷ்மியிடம் கால்பிடிப்பதைக் கொஞ்சம்
நிறுத்தச் சொல்
இந்த முகநூல் செய்தியைப் படித்து ஆவன செய்

திரைப்படத்தில்
ஏதோ விளையாட்டாய்
அந்த நகைச்சுவை நடிகன்
காணவில்லை என்று சொல்கிறானெனச்
சிரித்துக் கிடந்தோம்

மெய்யாகவே
ஏரிகளைக் குளங்களை
மலைகளை வயல்களைக்
காணவில்லை

இன்று காலை
எங்களில் சிலரையும்

உன்னிடம் சொல்லலாமென்று
கோவிலுக்கு வந்தால்
உன்னையும் காணவில்லை

எப்படி
எல்லாம்
மின்னலாய் மறைகிறதெனத் தெரியவில்லை

எங்கள் மின்னஞ்சல்கள் எல்லாம்
உன் உள்பெட்டிக்கு வராது
'ஸ்பேம்' - பகுதிக்கே சென்று விடுகின்றனவா
செய்திகள் படிக்கிறாயா இல்லையா

"நான் சரியான ஆளிடம்தான் பேசுகிறேனா"
உன்னுடையதும் போலி ஐடி - யா
தலையே கிறுகிறுக்கிறது

இப்போது
இந்தப் பிராதை உனக்கு
முகநூல் செய்தி வழியே
அனுப்பிக்கொண்டிருப்பது நானா

மோகம் விம்மும் ஆழம்

சக்ரவாக ஸ்வரங்களை அசைத்தசைத்து
இழைகிறான்
பொழுதுகள் நழுவுது பிரயோகத்தில்
ஊற்றாகிச் சுரக்கிறது கமகங்கள்

இசைப் பெருக்கில் பால்யத்தின் பச்சையங்கள்
பதின்மப் பொழுதெல்லாம்
சிறகசைக்கும் பட்சிகளாய்

துள்ளியோடும் ஆவினமாய்க் களித்த நாட்கள்
மோகம் விம்மும் ஆழங்களில் மூழ்கி மூழ்கி
உருக்குகிறான்

மனம் விழித்துக் கண்மூட
இமைகளிலே கரையுடைக்கும் ஜல தாரை

அவ்வளவுதான் எல்லாம்

மின்சாரம் போய் விட்டது
கதவுகளைச் சார்த்தாதே

மெழுகுவர்த்தி வேண்டாம்
சீமெண்ணை விளக்கைத் தேடாதே
புகையும் வேப்பிலை போதும் கொசுக்களுக்கு

எதிர்பாரா இருள் பிரசாதம்
ஏற்றுக் கொள்
அதனுடன் சிநேகம் கொள்
கண்களை மூடு

இருள்
திகில் கலந்த அமானுஷ்யமானதால்
காற்று நின்று விடுகிறதா என்ன?

ஒளி அடங்கியபின்
புது ஒலிகள்
புறத்தில் கேளா ஒலிகள் அகத்தில்

இதோ மின்சாரம் வந்துவிட்டது
சிரிக்கிறாய்
அவ்வளவுதான் எல்லாம்

முதல் தகவல் அறிக்கை

அவன் இறந்து போனான்
அவ்வளவுதான் சொல்ல முடியும்

நான் அல்லது நீ
இல்லை
அவனாகவே அவனைக் கொன்றிருக்கலாம்

கோடிட்ட இடத்தில்
யார் எதை விரும்புகிறார்களோ
அப்படியே பூர்த்தி செய்து கொள்ளலாம்

எழுதப்பட வேண்டிய
முதல் தகவல் அறிக்கைக்குத்
தேவையாய் இருப்பது
சில பெயர்கள் மட்டுமே

மார்கண்டேயன் நாடகம்

இரைச்சலாகும் மௌனம்

சண்டையில்லை
விவாதமில்லை
சுடு சொல் சொல்லவில்லை

வந்ததும் தேம்பி அழுகிறாய்
கேவுகிறாய்

குழம்பித் தவிக்கிறேன்

துயரச்சாயை கவிந்த முகத்தை மலர்த்த
ஏதேதோ செய்து பார்க்கிறேன்

சமாதான முஸ்தீபுகளைத் தள்ளிவிடுகிறாய்

ஏதோ ஒரு ரகசியத்தைப் போர்த்தியபடி
அமர்ந்திருக்கிறாய்

இன்னதென தெரியாத மௌன இறுக்கம்
இரைச்சலாகிறது

கடைசியில் ஒரு பூனையின் வருகையும் துள்ளலும்
புன்னகையைக் கொண்டுவந்துவிட்டது

இரு கை நீட்டி அழைக்கிறாய்

இப்போது வலுத்துப் பெய்கிறது மழை

மேலும் ஒரு

இரு புறமும் நதியோடிய
வண்டல் நகர் செடியது

மெல்லிய இலையும்
நறுமணப்பூவும்
துளிர்க்கும் தளிரும்
சௌந்தர்யம்

வேரோடு பிடுங்கி
துர்நாற்ற நதியோடும் பெரு நகரில் நடப்பட்டது

அழுக்கு நீரைக் குடித்தன வேர்கள்
அமிலக்காற்றில் ஆடின இலைகள்
கறுத்து சிறுத்து சுருங்கின தளிர்கள்
எல்லாம் கொஞ்ச காலம் தான்

இலையும் மணமும் குணமும் மாறி
தளுதளுத்து வளர்கிறது
மேலும் ஒரு மாநகரச் செடி

அப்படித்தானே அமிர்தா

பகல் நேரத்துப்
பொரிகளின் ஞாபகத்தில்
நியான் விளக்கொளியில்
படிக்கட்டுப் பக்கமாய்
வந்து வந்து மீள்கின்றன
மீன்கள்

எப்போதாவது
மரங்களிலிருந்து உதிரும்
சருகுகள் கண்டு ஏமாந்து
விடியலின் பொழுதுக்காய்
குளமெல்லாம் சுற்றி வருகின்றன

இதில்
மீன்களுக்கும்
எனக்கும்
பொரி தூவும் விரல்களுக்கும்
உனக்கும்
யாதொரு சம்பந்தமும் இல்லை தானே
அமிர்தா

ருக்மாங்கதன் நாடகம்

வண்டி ஓட்டும் சிறுவன்

அலுவலகம் புறப்பட்ட என்னிடம்
ஒரு ரவுண்டு
ஒரே ஒரு ரவுண்டு என்று கெஞ்சுகிறான்
எதிர் வீட்டுச் சிறுவன்

பிடிவாதம் செய்யும் அவனை
என் இரு சக்கர வாகனத்தில் ஏற்றிக் கொள்கிறேன்

வண்டி புறப்பட்டதும்
அவன் குதூகலம் ஹாரனாய் மாறுகிறது
நான் தடுக்கிறேன்
அவன் மறுபடி மறுபடி ஹாரன் அடித்து
உடலைசைத்துச் சிரிக்கிறான்

விழுந்துவிடப் போகிறானே என்று
அவன் கால்களை என் கால்களால்
இறுக்கிக் கொள்கிறேன்

அவன் முதுகை என் நெஞ்சில் சாய்த்து
கால்களை உதறிச் சிரிக்கிறான்

வண்டியை ஓட்டும் என் கைகளின் மேல்
அவன் கைகளை வைத்தபடி
"உஜ்..." என்று சப்தமிடுகிறான்

இப்போது வண்டியை அவன் தான் ஓட்டுகிறானாம்
நான் சும்மா என்பது போல்
தலை நிமிர்த்தி என்னைப் பார்த்துக் கொள்கிறான்

விசும்பலின் நீலம்

சுற்றி வர ஏதுவான
நவக்கிரஹ சந்நிதியில்
எள் விளக்கு குரல்கள் நடுவே
பிரார்த்தனையைத் திரியில் பொருத்தி
என் அகலும் ஏற்றி வைத்தேன்

அசையும் திரிகளின் வேண்டும் குரல்களில்
அவ்வப்போது விசும்பலின் நீலம்
சில வேளை பெருமூச்சு

நாவலுக்குள் பதுங்குவது நல்லது

ஆம்பலும் தாமரையும் அடர்மர நிழற் குடிலும்
ஆற்றுப்படுகைகளும் நெல்முதிரா வயல்வெளியும்
சிறு குளத்தில் அலைபாயும்
குறுமீன்கள் குறுகுறுப்பும்
சுற்றி வட்டமிடும் பறவைகளின் சிறகசைப்பும்
மருத நிலமெல்லாம் வரைய
நாவல் கதைமாந்தன் அவன் வந்தான்

முன் விளைந்த வெளியெங்கும் ரத்தத்திட்டு
பறவையினம் மறைந்து போன நீலவான்
அனல் மிதக்கும் கானல் நீர்
லாரிகளின் பிளிறலுக்கு ஒதுங்கி நிற்கும் அய்யனார்
கருவேலங்காடதிலே வேட்கை உமிழ்ந்த நஞ்சு
நிலமெங்கும் உருண்டலையும் நெகிழிப் பைகள்
பசுவின் வயிறெக்கக் கதறும்
காலத்தைக் காணத் தாளாமல்
வரலாற்றுப் புழுக்கத்தில் வெளிவந்த ஓவியனும்
மறுபடியும் நாவலுக்குள் தலைதெறிக்க ஓடிவந்து
பாத்திரமாய் உருக்கொண்டான்

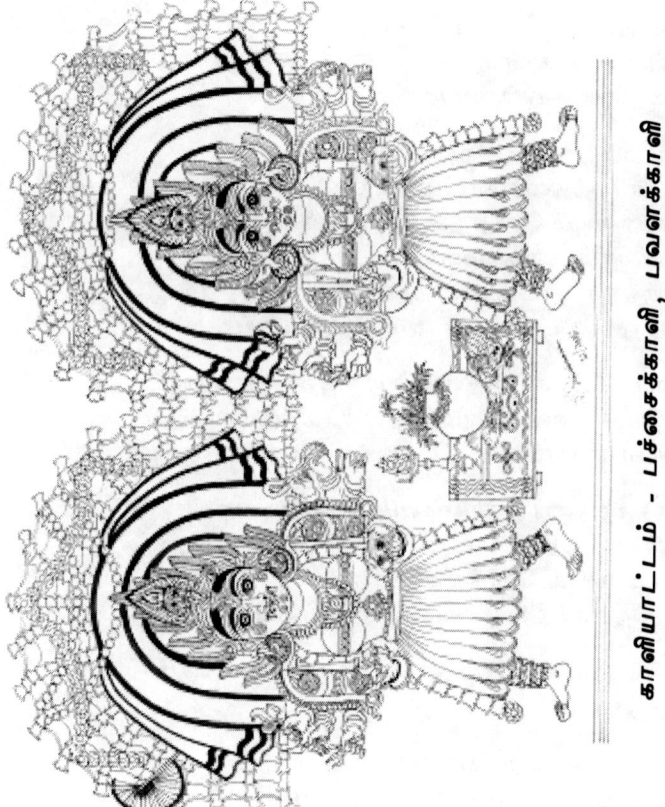

காளியாட்டம் - பச்சைக்காளி, பவளக்காளி

நார் மிதக்கும் நீர் பாத்திரம்

தொடர் வண்டிக்குள் நடந்த சிறு நடையில்
ஜன்னலோர இருக்கையில் கண்டேன்
உன்னை

பதின்பருவ ஜீவித ரயிலில்
உன் வீட்டு ஜன்னலே
என் நிலைக்கண்ணாடி

இமைப் பறவை சிறகடிக்கும்
நடன முத்திரை காட்டியபடி
என்னையும் சேர்த்துக் கட்டும் விரல்கள்
கண்வழிக் கதைகளையும்
சேர்த்துச் சரம் தொடுத்து
நகராத தேர் பார்த்து அமர்ந்திருப்பாய்

எவர் வீட்டுக் குழந்தையொன்றோ ஓடி வரும்
நீ இழுத்தணைத்த முத்தத்தில் சுரக்கும்
கனிவின் பால்

யத்தனமின்றி ஒத்திசையும் தாளக்கட்டில்
பின்னல் ஜதி தொடரும்
மீட்டாமலே சேர்ந்த சுநாதத்தில்
இந்தோளத்தில் இசைக்கத் துவங்குவாய்

ஒரு சொட்டுக்காகக் காத்திருந்த வனமெங்கும்
பெருகும் நதி

நார் மிதக்கும் நீர் பாத்திரத்தைத்
தரையில் கவிழ்த்து உள்புகுவாய்

இப்பவும்
நதியைக் கடந்து கொண்டிருக்கிறது ரயில்
சலனமின்றி
சிப்பந்தியிடம்
தண்ணீர் போத்தல் வாங்குகிறாய் நீ

இசை

சன்னப் பொன்னொளி தீபம் ஒளிர
எண்ணெயில் மேனி மினுமினுங்க
கற்பூர சுகந்தம் வீச
கிளிப்பச்சை சேலையுடுத்தி
ஒளிரும் மூக்குத்தியும்
காதுக் குழைகளும் அணிந்து
கழுத்தோரம் பூச்சரங்கள் தொங்கவிட்டு
திருக்கோலம் காட்டி நிற்கும் உன் சந்நிதியில்
பனிக்கால நல் இரவில்
இசை கேட்க வந்திருந்தேன்

அகல் ஒளியில் விரல் பிடித்து
அழைத்துப் போனாள்

மத்திம காலத்தில் விரவிச் சுழன்று
திறவாத கதவெல்லாம் திறந்து வைத்தாள்

ஸ்வரங்களின் வழியெங்கும் திரிந்தபின்
மந்த்ரத்தில் நிலை கொண்டு சஞ்சரித்தாள்
காணாமல் போனதென் உலகம்

வறள் நிலத்தை நெகிழ வைத்து
துளிர் பச்சை மிளிர விடும்
அருள் கோல அம்பிகையே
அவள் குரலில் பாடுகிறாய் இப்போது

ஆதியில் வால் பிற்பாடு வாள்

..........அதனால் என் குரலை
எழும்பவிடாமல் செய்வது
அறமாகாதென்பதை நீங்கள் படித்தெறிந்த
புத்தகங்களின் வழி அறிந்ததால் சொல்கிறேன்

பலஹீனன் தான்
மறுபடியும் உங்கள் முன்
கும்பிட்டு நிற்கக்கூடியவன்தான்
ஆனாலும் மன்னித்து விடுங்கள்
என்னால் முடியாது

நான் கொண்ட விசுவாசத்திற்காக
அவமானப்பட்டேன்
சமர் செய்தேன்
சமரசமானேன்
சாவோடு பகடையாடினேன்
இருட்டிலும்
உங்கள் சுவடைப் பின் தொடர்ந்தேன்

நிழலாய் இருந்தவனே
உங்களுக்கு ஆதரவாய் இல்லை
வேதனைதான்
புரிகிறது

ஒரே ஒரு உதை
ஒரே ஒரு அறை
குறைந்த பட்சம்
ஒரே ஒரு அதட்டலே
போதுமெனக்கு
இருந்தாலும்
உங்களுக்கு வாலாட்ட முடியாது
மன்னித்துவிடுங்கள்

இறுதிச் சொட்டு விஸ்வாசம் தீர்வதற்கு முன்
சொல்கிறேன்

மூன்று தலைமுறைக்கும் மேலாய்
உங்களை அண்டி வாழ்ந்த வம்சத்தின்
கடைசித் தாவரம் நான்

ஒரு தடவை
ஒரேயொரு தடவை
என் பொருட்டு யோசித்துப் பாருங்கள்
உங்களுக்காகவும் தான்

மதுரைவீரன் நாடகம் - 2

கமகம்

நினைவின் கமகங்களை இசைத்தபடி
தொலைவில் இழைகிறதொரு
வயலின்

இருண்டு ஒளிரும் தருணம்

குதிரைவால் சடையும் முதுகுப் பையுமாய்
அவளிருப்பாள்
வசப்பட்ட மதர்ப்பு திமிற சேட்டைகளோடு
அவன் வருவான்
சன்னமாய் முறுவலித்து நடப்பர்

ஒருவருக்கொருவர் சட்டென அடித்துக்கொள்வர்
செல்லமாய்
முன் விட்டு யாரோ போல் அவன் செல்வான்
பின் ஓரக்கண்ணால் பார்த்தபடி கைதட்டி
அவள் அழைப்பாள்

ஆளில்லா சிமெண்ட் பெஞ்சில் நிழல் தேடி
அமர்வார்கள்
அவள் துப்பட்டாவை எடுத்து அவன் கழுத்தில்
சுற்றிக் கொள்வான்
செடிகளுக்கு நீர்பாய்ச்சும்
பெண்மணியின் நமுட்டுச் சிரிப்பில்
தண்ணீர் சிதறும்
வருவோர் போவோர் பொருட்டில்லை அவர்களுக்கு

வெளியை வெறித்தபடி சில பொழுது போகும்
அணில்களோடு கிளை அசைய கூடுகட்ட
கோலோடு வந்தமரும் காகம்
நெல்லிமர நிழலில் திரியுமொரு தேன் சிட்டு
அலைபேசி அழைப்புகளைக் கையமர்த்திக்
கடிகாரம் பார்ப்பாள் அவள்

எதிர்பாரா தருணத்தில்
அவர்கள் முத்தமிட்டுப் பிரிகையில்
பூங்கா சில கணங்கள் இருண்டு பின் ஒளிரும்
சரேலென நீங்கள் உங்கள் பருவத்தின் வாசலுக்குச்
சென்று திரும்புவீர்கள்

குழலின் துளையில் மறையும் சூரியன்

சாரலிலே அசைந்தாடும் ஜீவஸ்வரங்கள்
ஏறு நிரல் பாதைகளில் ஊதல்காற்று
இறங்கு நிரல் வழியெங்கும் கணுக்கால் வெள்ளம்
மந்த்திரத்தில் நிற்கையிலே குளிரின் விதிர்ப்பு
குழலின் துளைகளிலே மழைநாளின் சூரியனை
மறைத்தும் விடுத்தும் விளையாடும்
பிரெய்லி விரல்கள்

கருணை

ஆசீர்வாதங்கள் நிறைந்திருக்கும்
தேவாலயத்தில்
துயரத்தின் கரமொன்று
மெழுகுவர்த்தியை ஏற்றி வைக்கிறது

பிரார்த்தனைகள் நடுவே
மேலும் ஒரு சுடர்

மண்டியிட்டுக் கையேந்தி
இரக்கம் சுரக்கும் விழிகள் மூட
இருளப்பிய பாதையில்
கொஞ்சம் மௌனக்கிறக்கம்

குறுக்கும் நெடுக்குமாய்
மார்புக்கும் நெற்றிக்குமிடையில்
சிலுவைக் குறியிட்டு
உதட்டில் முத்திடும்போது

எங்கிருந்தோ வந்த
பறவையின் இறகொன்று
மிதந்து செல்கிறது
கன்னத்தை உரசியபடி

மகாராஜா

இடிபாடுகளுக்கிடையில்
சிதைந்து கிடக்கிறது
மேன்மைமிகு மகாராஜாவின் கோட்டை

தொளதொளவென்ற ராஜ உடையை அணிந்தபடி
வளைந்த பிடியற்ற செங்கோலை ஊன்றி
அங்குமிங்கும் உலவுகிறார் மன்னர்

பல்லாக்கில்லை
துதி பாட புலவோர் இல்லை
நர்த்தகிகள் யாருமில்லை
ஆனாலும் தன்புகழைத் தானே பாடி
தனியே நகைக்கிறார் மன்னர்

தளர்ந்த குரலில்
இருமல் கரகரக்க
பழைய நினைப்பில் கத்தவும் செய்கிறார்

அவர் பசிக்குப் பழம் தரும் முதியவள் மட்டும்
அவ்வப்போது வந்து போகிறாள்

வீரதீர பிரதாபங்களைச் சொல்லும்
கல்வெட்டின் அருகில் அமர்ந்து
சில வேளை ஆசுவாசம் கொள்கிறார்

இன்னும் பழைய நினைப்புதான்
புறா வழியே சேதி அனுப்ப
சதா ஏதோ
எழுதிக் கொண்டேயிருக்கிறார்

அலுப்பாயிருக்கிறது
அந்தப் புறாவுக்கும்

கைசிக நாடகம்

உள்ளங்கையில் படரும் கசப்பின் ரேகைகள்

உனது வெளியில் நானும்
எனது வெளியில் நீயும்
நுழையக் கூடாதென்பதுதானே ஏற்பாடு

பிறகு ஏன்
அத்துமீறுகிறாய்

கொண்டாட்டங்களின் முடிவில்
அதிர் சிரிப்போடு மற்றவர்கள் பிரிந்து செல்ல
நீயோ கிலேசங்கள் ஏதுமின்றி
இயல்பானதொரு பாவனையில் கைகுலுக்கி
விடைபெற்றுப் போகிறாய்

விழுங்கவியலாத
கசப்பின் மிடறுதான்
தங்கிவிடுகிறது
ஒவ்வொரு முறையும்

ஒரு பள்ளிக்கூடம்

படுக்கையறையை வகுப்பாக்கி
தலையணைகளை மாணவ மாணவிகளாக்கி
பாடம் நடத்துகிறாள் குட்டிப் பாப்பா

இந்த விளையாட்டுக்கு
ஒரு மர ஸ்கேல் அவசியமென்று
அவளுக்குத் தெரிந்திருக்கிறது

தலை துவட்டும் துண்டு முந்தானையை
அவ்வப்போது சரி செய்து கொள்கிறாள்

'உஷ்' என்று அபிநயிக்கிறாள்
ஸ்கேலால் ஒருவன் தலையைத் தட்டுகிறாள்
ரீஸஸ் என்று எழுந்தவனை
ஓ காட் கோ என அனுப்புகிறாள்

அம்மா வரும் சப்தம்
ஒரு பள்ளிக்கூடம் காணாமல் போகிறது
களைத்துறங்கும் பாவனையில் டீச்சர்

நம்பும் பாவனையில்
தலை கோதுகிறாள்
டீச்சரம்மா

தாமதித்த அருட்கொடை

தீண்டலற்றுப்
பாளமாய் வெடித்துக் கிடந்தபோது
சகலமுமானவளே
என்றுனக்கு
நேர்ந்து கொண்டான்

உன் மௌன இருப்பின்
நீர்மையே செழுமையானது

விளைந்த கதிர்களுடன்
அபூர்வ முலையுறிஞ்சி
நீராடல் நிகழ்த்தி
நேர்த்திக்கடன் முடிக்க
உபாசனை முணுமுணுத்து
பயபக்தியாய் வந்து நின்றான்

நீயோ வழங்க மனமில்லா
உலோபியாய்
திரும்பிக் கொண்டாய்

சாபகாலம் நீடித்த துயரத்தில்
வாதையுடன் திரும்பினான்
திரும்பி நின்ற காட்சியின்
ஆறுதலுடன்

காலம் செரித்த வயது கடந்து
தயை ததும்ப
பொங்கிப் பூரிக்கும் புன்னகையில்
இதழ் குவித்து இப்போது நீ
அருட்கொடைக்கு வந்திருக்கிறாய்

உன் சம்ஹாரங்களுக்கும் அப்பால்
அவனோ
அரக்கனாகியிருக்கிறான்

இரணியன் நாடகம்

தொடரும் விளையாட்டு

சன்னக்குரலுமற்று
ரகசியத்தைப் பகிர்ந்தன விழிகள்
பெருவலியின் விம்மல்களைத்
துடைத்தெடுத்த கிருபையில் தளும்புகிறது நிகழ்
வசைகளையும் வாழ்த்துக்களாய் மாற்றும்
ரஸவாதம் பற்றி...

சரி இருக்கட்டும்

துக்கத்தைத் தருவதும் சொஸ்த்திக்க வருவதுமாய்
இன்னும் எத்தனை காலம் இந்த விளையாட்டு

மாண்புமிகு

மிஸ்டர் தலைவர்
மருத்துவமனையில் இருக்கிறார்

தேசத்தை நோயுறச் செய்தவருக்காக
தேசமே ஏன் சோர்ந்து கிடக்கிறது

அவரது மருத்துவர்தான்
எல்லா அலை வரிசைகளிலும்
கதாநாயகன்

டீசல் விலை உயர்வும்
அரிசி தட்டுப்பாடும் கிடக்கட்டும்

தலைவரின்
சிறுநீர் பரிசோதனை விவரம்
எல்லா நாளிதழ்களையும் நனைத்துள்ளது

உனக்கு ரத்தமா
கோடி தொண்டர்கள் வரிசையில்
ஒரு டி.எம்.சி போதுமா தலைவா

நாடு சற்றே நிம்மதியுற
படுக்கையிலிருக்கும் தலைவரின் குரல் பதிவு
மூலை முடுக்கெல்லாம் ஒலிக்கிறது

பாலியல் வன்முறைகளால் பெண்கள் துயருறுவது
புதிய செய்தியா என்ன?

நாடு உய்ய
இன்று தான் தலைவருக்கு ஒருவழியாய்
மலச்சிக்கல் சொஸ்த்தமானது
இனிமேல் வல்லரசுதான் போங்கள்

எல்லை நாடு
நம் சிப்பாய்களைக் கொன்றா விட்டது

எல்லை என்று இருந்தால் சண்டை இருக்கும்தானே

இன்று நிம்மதியாகத் தூங்குகிறார் தலைவர்

அவரின் மலையாள மருத்துவர்
தொலைக்காட்சியில் சொல்லிக் கொண்டிருக்கிறார்

ஆயாள் நித்ரையில் சொப்பனம் காணுகயாணு
ஆயாளுடெ சொப்பனத்தில் நம்முடெ ஜீவிதம்

உங்கள் தொலைக்காட்சி சப்தத்தைக்
கொஞ்சம் குறையுங்கள்
தலைவர் எழுந்தால் எல்லாம் கெட்டுப் போகும்

ரவிசுப்பிரமணியன் 77

கோணங்கிதாசர்

வால் முளைத்த அன்பு

அணிலாய்
உருவெடுத்த அன்பு
மரம் தாவி சுவரேறி
தயங்கித் தயங்கி வருகுது வீட்டுக்குள்

இரு கையால்
வணக்கம் சொல்வதான பாவனை

பயந்தபடி ஒரு பார்வை

வாலசைத்து வரையும் குதூகலம்

ஓடத் துடிக்கும் பரபரப்பு

சட சடவென்று ஓடி
திரும்ப வந்து பார்த்து நிற்கிறது அன்பு

இலையளவு இடைவெளி

கவிந்த மௌனத்தை
நீளும் அமைதியைச்
சரசரவெனக் கீறியபடி
இருவருக்குமிடையில்
காற்றில் அலையுதொரு இலை

அட்டை ஓவியக்குறிப்பு: காலம் தன்னைத்தானே விழுங்கும் யாளி

காவிரி ஆற்றுக்கும் அதன் கிளை ஆறான அரச லாற்றிற்கும் இடைப்பட்டது கும்பகோணம். சுவர்க்கத் திற்குக் கடக்க வேண்டிய வழியில் விரஜை நதியும் நரகத்துக்கான வழியில் எதிர்ப்படும் வைத்தரணி நதியும் உருவகம்.

மனம், காலம், வாழ்வு, செயல், மற்றதன் பிரதி பிம்பமாய், நடுவில் கண்ணாடி. குடந்தை கீழ்க் கோட்டம் - இங்கு அண்டத்தின் பிம்பமாய் உருவகம். பன்னிரண்டு மாதங்களின் விழாக்கள் காலச் சுழற்சி யைக் குறிக்கின்றன. சித்திரைமாதத்துச் சூரியஒளி, சந்நிதானத்தில் விழுகிறது. மலர்க் கணை ஆரங்கள், உலகம் அன்பால் இயங்குவதைக் குறிக்கின்றன.

ஒரோபோரஸ் தன்னைத்தானே விழுங்கும் ஒரு புராணிக உயிர். நமது யாளியும் அதுபோன்ற கதையை உடையது. இங்கு காலம் என்பது தன்னைத்தானே விழுங்கும் யாளி. காலப்போக்கில் மறைந்தவைகளில் ஒன்று, தஞ்சாவூர் கதம்பச்சரம். மல்லிகை, மரிக் கொழுந்து, தாமரை இதழ், தவனம், தாழம்பூ மடல், வெட்டிவேர், கதிர்ப்பச்சை, கனகாம்பரம், மருதாணிப்பூ போன்றவை வைத்துத் தொடுக்கப்படும் சரங்கள்.

கும்பகோணத்தின் மிகவும் பழமையான கோவில் களில் ஒன்று குடந்தைக் கீழ்க்கோட்டம் (நாகேஸ்வரன் கோவில்). பாடகச்சேரி இராமலிங்க சுவாமிகளால், கழுத்தில் ஒரு பித்தளை செம்பு பூண்டு, பிச்சை எடுத்துப் புனர்நிர்மாணம் செய்யப்பட்டது. அவர் பைரவ வழிபாட்டு மரபைச் சார்ந்தவர்.

நிலத்தின் வளத்திற்கும் உற்பத்திக்கும் காரணமான காவிரிக்குச் செய்யும் படையலில் இடம்பெறும் வெற்றிலை, பாக்கு, காதோலை, கருகமணி.

சித்திரக்கவியான திருவெழுகூற்றிருக்கை, ஞான சம்பந்தர் மற்றும் திருமங்கை ஆழ்வார் எழுதியது. கும்பகோணம் குடமூக்கு பூரண கும்பமாகியிருக்கிறது. சப்த கன்னிமார் கல்வெட்டில் இருக்கும் மகாமகம் குளத்தின் படம். அதன் தற்போதைய வடிவம். நம் காலத்தில் பள்ளிக்கூடத்தில் நடந்த தீ விபத்து வடுவாய் இருந்தாலும் அனுபவ அறிவு தீபச் சுடராய் ஒளிர்கிறது. இன்னும் இன்னும் நுண்ணிய அர்த்தத் தளங்கள் ஓவியத்துக்குள் விரிகின்றன.

பாலாஜி ஸ்ரீனிவாசன்

உள் ஓவியங்கள் பற்றி...

தமிழகத்தில் கூத்து, நடனம், நாடகம் என்று பல மரபு நிகழ்த்துக் கலைகள் வெறும் கேளிக்கைகளாக மட்டுமின்றி, ஒரு வழிபாட்டுச் சடங்காகவும் காலம் காலமாக நடத்தப்பட்டு வருகின்றன. வட தமிழ் நாட்டில் இன்றளவும் விமரிசையாக நடத்தப்படும் பாரதக்கூத்து போல், திருவாரூரில் நடத்தப்படும் மனுநீதிச் சோழன் நாடகம், திருசெங்காட்டங்குடியில் நடத்தப்படும் சிறுத்தொண்டர் நாடகம், ஒருங்கிணைந்த தஞ்சை மாவட்டத்தின் கிராமங்களில் நடத்தப்படும் இரணிய நாடகம் போன்றவை, சமூக சடங்கு நாடகங்களாக இன்றும் உயிர்ப்புடன் உள்ளன. அவை போன்ற சிலவற்றைச் சித்தரிக்கும் படங்கள் கோட்டோவியங்களாக உள்ளே இடம் பெற்றுள்ளன.

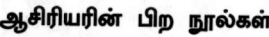

ஆசிரியரின் பிற நூல்கள்

கவிதைத்தொகுதிகள்:

ஒப்பனை முகங்கள் - 1990, அன்னம் பதிப்பகம்.
காத்திருப்பு - 1995, அன்னம் பதிப்பகம்.
காலாதீத இடைவெளியில் - 2000, மதி நிலையம்.
சீம்பாலில் அருந்திய நஞ்சு - 2006, சந்தியா பதிப்பகம்.

கட்டுரைத் தொகுதி:

ஆளுமைகள் தருணங்கள் - 2014, காலச்சுவடு.